கார்த்தி செளந்தரின் கிறுக்கல்கள்

PART 3

கார்த்தி செளந்தர்

எல்லா புகழும் இறைவனுக்கே!!

பொருளடக்கம்

பொருளடக்கம்

பொருளடக்கம்

பொருளடக்கம்

பொருளடக்கம்

முன்னுரை

மனதில் தோன்றிய சிறு சிறு உணர்வுகளுக்கும்
ரசனைகளுக்கும் எழுத்துவடிவம் கொடுக்க
எண்ணி கிறுக்கிய கிறுக்கல்களின் தொகுப்பு தான்
இந்த நூல்.

நன்றி

இதுவரை நடத்தி
குறைவின்றி காத்து
மகிழ்வை தந்த இறைவனுக்கும்
பெற்றவர்களுக்கு
மற்ற நல்ல உள்ளங்களுக்கும்
நன்றிகள் பல...

அன்புடன் கார்த்தி சௌந்தர்

முகவுரை

கிறுக்கல்கள் 3

கவிதைகள் எல்லாம்
அவளுடையது
அதில் உள்ள
பிழைகள் எல்லாம்
என்னுடையது...

1. மோட்சம்

அவளது தடைகளைத்
தாண்டி
எனது தவிப்புகள்
முன்னேறும் நேரம்
காதல் மோட்சம் பெறும்...

2. ரசிப்பது

அழகை ரசிப்பது வேறு..
அது நீ...
அழகாக ரசிப்பது வேறு...
அது நான்...

3. மன்னிப்பு

• 3 •

மன்னிப்பு என்பது
அவசியம்..
சில நேரங்களில் அடுத்தவருக்கும்..
பல நேரங்களில் நமக்கும்..

4. பார்வை

• 4 •

நீ பேசுவதே தேவலாம்
என்கிறாள்
என் பார்வை
அவளைத் தீண்டும்போதெல்லாம்...

5. கொஞ்சமே கொஞ்சம்

ஒரு மாதிரி இருக்கு
வெளிய போலாமா
என்று நான் போய்
அவள் முன் நிற்கும்போதெல்லாம்
எங்கே போகிறோம் என்று
அவளும் கேட்டதில்லை...
நானும் சொன்னதில்லை...
தள்ளிப்போடாத
தட்டிக்கழிக்காத
இம்மாதிரி பயணங்களில்
தான் காதல் கொஞ்சமே கொஞ்சம்
மூச்சுவிட்டுக் கொள்கிறது...

6. நீ மட்டும் தான்

உனக்காக யாருமே
இல்லை என்ற
நிலை வரும்போது
நீதான் நீ மட்டும் தான்
எழுந்து நிமிர்ந்து
நிற்க வேண்டும்...

7. எப்படி வரைவது?

• 7 •

உன்னை
வரைவது சுலபம்..
உன் மனதை
எப்படி வரைவது??

8. அவள் மட்டும்

• 8 •

எல்லோரும்
மழையில் நனைய
அவள் மட்டும்
மழையை நனைத்துக் கொண்டிருக்கிறாள்...

9. கல்நெஞ்சக்காரி

• 9 •

அருகில் வா..
அணைத்துக்கொள்..
ஆழ்ந்த முத்தமிடு..
என்னும் பேச்சுக்கள்
எல்லாமே அவள்
விழிமொழியில் மட்டும் தான்...
வாயைத் திறக்கமாட்டாள்
கல்நெஞ்சக்காரி....

10. பயப்படுகிறேன்

என்னை ரொம்ப
பயமுறுத்துற நீ
என்று சொல்பவளுக்கு
எப்படிச் சொல்வது
நான் அவள் விஷயங்களில்
அவளை விட அதிகம்
பயப்படுகிறேன் என்று...

11. பெருங்காதல்

இப்போதான் நெனச்சேன்
என்று
ஏற்கும் அழைப்புக்கும்
யார் நீ
என்று
ஏற்கும்
அழைப்புக்கும்
நடுவில்
ஒரு பெருங்காதல்
அரங்கேறி
முடிந்திருக்கிறது...

12. சூறாவளியே

உனக்கு யாரடி
சாந்தி என்று பெயர் வைத்தது...
என் மனதை அடித்துப்போட்ட
சூறாவளியே நீ தான்...

13. பரிமாண வளர்ச்சி

'திருத்தவே
முடியாத
கவிதை நீ..'
என்று
ஆரம்பித்து
'திருத்தவே
முடியாத
ஜென்மம் நீ..'
என்று பரிமாண வளர்ச்சி
கொள்ளும் ஜீவனுக்கு
கணவன் என்று பெயர்...

14. காதல் போதை

இதெல்லாம்
எப்படி சொல்வது
என்று வெட்கம் கொள்பவளுக்கு
தெரியாது
இதெல்லாம் சொன்னால்
எனக்கு எப்படி இருக்கும்
என்று...
பேசினாலே
ஏறும் போதை
காதல் மட்டும் தான்...

15. வரம்

அதென்ன பெரிய
சாகா வரம்...
உன் பார்வை பட்டு
சாவதுகூட வரம்...

16. எனது பிடித்தம்

உனக்கு என்னை
பிடிக்குமா பிடிக்காத
என்ற பயங்களுக்கெல்லாம்
எனது பிடித்ததில் இடமில்லை...

17. பயங்கரம்

பயங்கரமான அழகு..
அது காதலித்த போது...
அழகான பயங்கரம்..
அது கரம் பிடித்தபோது...

18. கும்பாபிஷேகம்

• 18 •

நாணம்
தீக்குளிக்கும்
நேரம்
மோகம்
கும்பாபிஷேகம்
நடத்தும்..

19. விளையாட்டு

வெற்றியை உனக்கு விட்டுத்தருகிறேன்
என்று முன்பே முடிவுசெய்து
விளையாடத்
தொடங்கும்
விளையாட்டு
காதல் மட்டுமே...

20. ஆட்சி

அழகை ஆட்சி
செய்வது நான்...
அழகாக ஆட்சி
செய்வது நீ...

21. உனது காதலில்

உலக அதிசயம்
உயர்தரமான விஷயம்
எல்லாமே
உன்னிடம் தான் இருக்கிறது...
ஆம் என்மேலான
உனது காதலில் இருக்கிறது...

22. ராசியான நட்சத்திரம்

• 22 •

ராசி நட்சத்திரம்
என்ன என்று கேட்கிறார்கள் பெண்ணே ..
ராசியான நட்சத்திரம் நீ
என்று எப்படிச் சொல்வது??

23. தாக்கம்

நீ என்னவோ
அமைதியாகத்தான்
கடந்துபோனாய்...
எனக்குத்தான்
புயலும் சூறாவளியும்
சேர்த்தடித்தது போல
ஒரு தாக்கம்...

24. கட்டிப்போடும் கவிதை

எவனுக்கும்
அடங்காதவன்
என்றவகை
பேச்செல்லாம்
உன்னைப் பார்த்தபின்
நின்றுவிட்டது..
கண்ணிலேயே
கட்டிப்போடும்
கவிதை
நீ இருக்கும்வரை
அப்படியெல்லாம்
இனி சொல்லமுடியாது...

25. ஆயுதம்

உடலை
வெட்டுவதற்கு தான்
கத்தியெல்லாம்...
மற்றப்படி
கத்தியின்றி
ரத்தமின்றி
உயிரை
இரண்டாக வெட்டுவதற்கு
காதல் எனும் ஆயுதம் போதும் ...

26. பெரும் அவஸ்தை

மனதோடு
விளையாடுவது
பிரச்சனை
இல்லையடி...
வயதோடும்
சேர்ந்து
விளையாடி
வதைக்கிறாயே..
அது தான் பெரும் அவஸ்தை..

27. கீழ்ப்படியுற கூட்டம்

கீழ்ப்படியுற கூட்டம்
அடங்கி இருக்கும்...
ஆனா
அடங்கியிருக்குற கூட்டம்
கீழ்ப்படிதலோட இருக்காது...

28. உனதழகு

உனதழகு
என் காதலைக்
கூட்டவில்லையடி...
என் காதல் தான்
உனதழகை
கூட்டிவிடுகிறது...

29. பேரழகியடி நீ

• 29 •

காதலை கழித்துவிட்டால்
நீ வெறும் அழகி மட்டுமே...
காதலை கூட்டியபின்
தான் பேரழகியடி நீ..

30. இல்லவே இல்லை..

காதலும் கடந்து
போகும்..
அது சரி...
மறந்தும் கூட
போகுமா???
இல்லவே இல்லை...

31. காத்தாடி

வெற்று காகிதம்
என்றாலும் அண்ணாந்து
பார்க்க வைத்துவிட்டது
உயரப் பறந்த காத்தாடி...

32. மூடநம்பிக்கை

ஜனநாயக நாடாமே???
எத்தனை பெரிய
மூடநம்பிக்கை???!!

33. ஆசான்

தாய்
தந்தை
ஆசான்
தவிர்த்ததை எல்லாம்
தவறாமல் சொல்லிக்கொடுக்கிறது
வாழ்க்கை...

34. உலகம்

அப்பாவின்
தோளில்
அமர்ந்து பார்த்தபோது
உலகம்
அழகாகத்தான்
தெரிந்தது....

35. வாக்குசாவடி

மாற்றம் வருமென்ற
நம்பிக்கையை
சேகரிக்கும்
அதிநவீன
குப்பைதொட்டிக்கு
வாக்குசாவடி என்று பெயர்...

36. தொடர்ந்து நட..

நரகத்தின்
பாதையில்
நடக்கிறாய்
என்றால்
தொடர்ந்து நட...
நரகத்தில்
எதற்கு
நிற்கவேண்டும்???

37. சண்டைபிடி

• 37 •

சண்டைக்குப்பின்
நடக்கும் சமாதானம் தான் உறவிற்கு
நெருக்கத்தை கொடுக்கிறது..
அதனால் சண்டைபிடி...
கூடவே சமாதானமும் பண்ணு..

38. இயற்கை

என் தேவைக்கு
அழிக்கிறேன்
என்று மனிதன் சொன்னான்...
அப்படியே
இயற்கையும்
சொன்னது...

39. தூரத்து நட்சத்திரங்கள்

மின்னிக்கொண்டிருக்கும்
நட்சத்திரங்கள்
தூரத்து வானில்
மட்டும் தான் அழகு...
கிட்ட நெருங்கினால்
சுட்டுப்பொசுக்கிவிடும்...
சில நேரங்களில்
சிலவற்றை
எட்ட நின்று ரசிப்பதே நல்லது..

40. காற்றும் காதலும்

• 40 •

வந்த சுவடு
தெரியாமல்
கடந்து போகிறது
காற்று..
கூடவே
உன் காதலும்
பழைய நினைவுகளும்...

41. கவனி

• 41 •

ஆரவாரத்தில் அல்ல
அமைதிக்குள் தான்
அத்தனை விஷயங்கள்
அடங்கியிருக்கிறது...
அமைதியான விஷயங்களை
கவனி...
ஆயிரம் விஷயம் சொல்லும்...

42. தொலைந்தவன் ஆகிறேன்

அவள் தேடாத
நாட்களில் எல்லாம்
நான் தொலைந்தவன்
ஆகிறேன்...

43. சுபம்

• 43 •

சுபம்
என்று
முற்றுப்புள்ளி
வைத்த
அத்தனை
காட்சிக்கும்
ஒரு தொடர்ச்சி
இருக்கத்தான் செய்கிறது...

44. சந்திப்பில்..

தட்டுத்தடுமாறி
தயங்கி நின்று
வார்த்தைகள் கோர்க்க முடியாமல்
தவித்தேன்
முதல் சந்திப்பில்..
அப்படியே
கடைசி சந்திப்பிலும்...

45. மிச்சமிருந்த நம்பிக்கை

• 45 •

எல்லாமே என்னைவிட்டு
சென்றுவிட்டது
என்னும்போது
எச்சமாய்
மிச்சமிருந்தது
நம்பிக்கை...

46. காரணம்

கத்தும் நாய்க்கு
காரணம் தேவைப்படாதாம்...
அப்படியே
சில மனிதர்களும்...

47. தெரியவில்லை

• 47 •

நன்மைகள்
சூழ் உலகு தான் இது..
சிலர் இன்னும்
பார்க்கவில்லை..
பலருக்கு இன்னும்
பார்க்கவே தெரியவில்லை..

48. போதை பழக்கம்

• 48 •

நல்லவேளை
காலை நேர
காபி என்பது
போதை பழக்கம்
என்று அறிவிக்கப்படவில்லை...
அப்படியே காதலும்..

49. ஆசை

மூச்சு முட்ட
முத்தமிட ஆசை...
எலும்புடைய
இறுக்கிக் கொள்ள
ஆசை...
அணைப்பின்
தீவிரத்தால்
திணற வைக்க
ஆசை...
என்றாலும்
எட்ட நின்று
ரசிக்கிறேன்
உன் மசக்கையை...
நம் தாய்மையை...

50. பிள்ளை

அடையாளம்
தெரியாதவனிடம்
அடிவாங்கி வந்தது
அடித்து வளர்க்கப்படாத
பிள்ளை...

51. விரிவுரை

காதல்
கடிதமெல்லாம்
ஒரு நாளும்
எழுதியதில்லை...
அவள் மேலான
பிடித்தத்தின்
விரிவுரை
அவ்வளவே...

52. நம்பிக்கை இல்லை

• 52 •

என் இதயமெனும்
கோவிலில் தீபம்
ஏற்ற வருகிறாயா
என்று கேட்டால்
கடவுள் நம்பிக்கை இல்லை
கோவிலுக்கும் செல்வதில்லை
என்கிறாள்...

53. விடியல்

விடியல்
என்பது
அடிவானத்தில்
தோன்றும்
வெளிச்சம் அல்ல...
மனதில் தோன்றும்
ஒளி...

54. கிரீடமும் தொப்பியும்

• 54 •

கிரீடமும்
தொப்பியும்
ஒன்றல்ல...
அப்படியே
சில புகழுரைகளும்...

55. அர்த்தம்

காதல்
என்பது
வெறும்
வார்த்தை மட்டுமே...
யாராகிலும்
வந்து
அர்த்தம்
கொடுக்கும் வரை...

56. ஆராதனை

அன்பு
என்ற
ஒன்றை
ருசிக்காமல்
ஆராதனை
என்ற வார்த்தைக்கு
அர்த்தம் கொடுக்க முடியாது...

57. உடைக்கும் சக்தி

கல் நெஞ்சம்
என்றாலும்
என்னை
சுக்கு நூறாக
உடைக்கும்
சக்தி
அவளுக்கு
இருக்கிறது...

58. உரிமையில்லை

• 58 •

முள்ளை முத்தமிட
திராணி இல்லாதவனுக்கு
பூக்கள் பறிக்க
உரிமையில்லை...

59. வாருங்கள்..

பிரச்சனையே
இல்லாத
வாழ்க்கை வேண்டுமா??
வாருங்கள்
கல்லறைக்கு...

60. என் பேனாவிற்கு தெரியாது

என் பேனாவிற்கு
தெரியாது
எத்தனை பிரமிப்போடு
உன்னைப் பற்றி எழுதுகிறேன்
என்று....
அப்படியே உனக்கும்...

61. ஆதரவும் விருப்பமும் புரிதலும்

காதல் என்ற
வார்த்தை எல்லாம்
கடைநிலை தான்...
அதற்கு முன்
ஒரு உறவு என்றுவந்தபின்
நேசிக்க வேண்டும்
நேசிக்கப்பட வேண்டும்
மதிக்க வேண்டும்
மதிக்கப்பட வேண்டும்
முன்னுரிமை கொடுக்க வேண்டும்
முன்னுரிமை கொடுக்கப்பட வேண்டும்
ஆதரவும் விருப்பமும் புரிதலும் இல்லாத காதல்
காதலே அல்ல...

62. இல்லாதவன்

பணம் படைத்தவன்
பணத்தை கொடுக்கிறான்...
இல்லாதவன் தான்
இதயத்தை கொடுக்கிறான்...

63. மௌனம் பேசுகிறாள்

ஆயிரம்
வார்த்தைகள்
கோர்த்து
அழகாய்
நான் கவிபேசினால்
ஒரே ஒரு புன்னகை
கோர்த்து மௌனம் பேசுகிறாள்...

64. முரடன்

முரடன் என்னும்
முகத்திரைக்குப்
பின்னால்
வஞ்சிக்கப்பட்ட
ஒரு மென்மையான
இதயம் இருக்கும்...

65. சொல்லிக்கொள்கிறேன்..

பேசுவதை
நிறுத்திவிட்டேன்
என்று தான்
சொல்லிக்கொள்கிறேன்...
ஆனால்
பேசவேண்டும் என்ற
எண்ணம் இன்னும் போகவில்லை...

66. காதலி..

• 66 •

மனதிலிருந்து
காதலி...
மனநிலைக்கு
ஏற்றமாதிரி
காதலிக்காதே...

67. என்னை விட்டு போய்விடு

'என்னை விட்டு
போய்விடு'
என்ற
வார்த்தைகளை கேட்டு
விலகிவிடாதீர்கள்...
அதற்குள் இருக்கும்
வலியை உணர்ந்து
கூடவே நில்லுங்கள்...
தாங்கிக்கொள்வது தான்
அன்பு...

68. மாற வேண்டும்

முன்பு போல
எதுவும் இல்லை
எல்லாம் மாறிவிட்டது
என்றபோது தான்
புரிந்தது
நான் மாற வேண்டும்
என்று...

69. சமரசங்கள்

உணர்வுகளுக்கும்
உண்மைகளுக்கும்
நடுவே நடக்கும்
சமரசங்கள் தான்
வாழ்க்கை...

70. ஒதுங்காதே

கெட்ட வார்த்தை
பேசுபவன் என்று
ஒதுங்காதே...
எனக்கு ஒருவரை
எப்படி மதிக்க வேண்டும்
என்றும் தெரியும்...

71. நண்பனை பார்க்க வேண்டும்..

சர்வ நிச்சயமாக
நீ என் நண்பனை
பார்க்க வேண்டும்...
அவன் கூப்பிட்டும்
போகாமல் இருக்குமளவிற்கு
அப்படி யார் என்னை ஆட்டிப்படைப்பது
என்று அவனுக்கு தெரியவேண்டுமே...

72. சிறப்பாக விளையாடு

தோற்றுப்போவாய்
என்று தெரிந்தாலும்
கூட சிறப்பாக விளையாடு...

73. புத்தகம் நீ

• 73 •

கையில்
எடுத்தால்
அத்தனை
சீக்கிரம்
கீழே வைக்க
முடியாத
புத்தகம் நீ...

74. அதிகமான முத்தங்கள்

• 74 •

அவளைவிட
அதிகமான
முத்தங்கள்
பெற்றிருக்கிறது
என்னிடம் இருக்கும்
அவளது
புகைப்படங்கள்...

75. என் இதயம்

எட்டு கண்டமும்
எட்டாயிரம் கோடி
ஜனமும் இருந்தும்
என் இதயம்
உன்னைத்தான் சுற்றுகிறது...

76. கண்ணாடி

• 76 •

நிபந்தனையற்ற
அன்பு கிடைத்தால்
நிபந்தனையற்ற
வெறுப்பிற்கும்
தயாராகிக்கொள்...
கண்ணாடி உடைந்தால்
கத்தியாக மாறிவிடும்...

77. எதிர்ப்பார்ப்பாள்

அவள் முன்
மண்டியிட்டு
காதலை சொல்லவேண்டும்
என்று அவள்
ஒரு நாளும்
கேட்டதில்லை...
அவள் அப்பா
என்னைப் பார்த்து
மெச்சிக்கொள்ள வேண்டும்
என்றுதான் எப்போதும்
எதிர்ப்பார்ப்பாள்...
என் காதல் என்பது
சொல் இல்லை
செயல் என்று
உணர்த்த வேண்டிய
கட்டாயம் அவளுக்கு...

78. அழகியல்

நெற்றி முத்தம்
என்பது அழகு...
ஆனால்
என் நெற்றியில்
கொடுப்பதற்கு
என் அளவிற்கு எம்பி
என் கழுத்தை வளைத்து
தன் புறம் இழுத்து
கொடுப்பது
அழகியல்...

79. பொறாமை

என் நண்பன்
அவன் புது நண்பனைப்
பற்றி பேசியபோதுதான்
பொறாமை என்றால்
என்னவென்று
உணர்ந்தேன்...

80. காதல் சிரிக்கிறது

அவளுக்கு
என்னைத்
தேடவில்லையாம்...
எனக்கும் அவள்
பற்றி கவலை
இல்லையாம்...
காதல் சிரிக்கிறது
எங்கள் நாடகத்தில்...

81. OTP

• 81 •

சில நேரங்களில்
OTP யாக
இருந்துவிடலாம் போல...
எவரும் இரண்டாம் முறை பயன்படுத்த முடியாது
அல்லவா???

82. வலி

அளவுக்கதிகமாக
உணர்ச்சிவசப்படும்
மனதிற்கும்
அதீதமாக
யோசிக்கும்
மூளைக்கும்
நடுவில்
மாட்டிக்கொண்டு
அல்லாடுவது
தான் வலி...

83.
காதலை உறுதிப்படுத்துகிறாள்

நான் இன்னும்
கோபமாக தான் இருக்கிறேன்
என்று மெனகெட்டு
வந்து சொல்லும்போது
கோபத்தை அல்ல
காதலை
உறுதிப்படுத்துகிறாள்...
அவளை எப்படி
விடுவது???

84. ஆகச்சிறந்த நட்பு

ஆகச்சிறந்த
நட்பு
என்பது
ஒன்றை மணிநேரம்
பேசியபின்
'எதுக்கு மச்சான் கூப்பிட்ட?'
என்று கேட்பதல்ல...
அதற்கு பதிலாய்
'தெர்ல மச்சான்... அப்பறம்..'
என்று தொடர்வது...

85. என் நேசம்

அவள் என்னவள்
கிட்ட நெருங்காதே
என்பதல்ல
உன் முயற்சிகள்
ஒன்றும்
செய்துவிட
முடியாது
என்பது தான்
என் நேசம்....

86. முக்கியம்

நீ எனக்கு
எத்தனை முக்கியம்
என்று உனக்கு
தெரியாது...
அதை எப்படி
புரியவைக்க
என்று எனக்கும்
தெரியாது...

87. காயம் கட்டு

காயம்
இருக்குற வரை
கட்டு தேவைப்படும்...
அப்புறம்
கழட்டி வீசி
எறியப்படும்...
அப்படியே
சில உறவுகளும்...

88. முரண்

யாரென்றே
தெரியாத
மனிதர்களிடம்
சிரிப்பதும்
எல்லாமுமாய்
இருப்பவரிடம்
எரிந்துவிழுவதும்
தான்
மனிதனின்
ஆகப்பெரிய
முரண்...

89. காற்றின் வாசம்

எட்டிப்பிடித்த
மழலையின்
கையில்
காத்தாடி
அல்ல
காற்றின் வாசம்
சிக்கிக்கொண்டது

90. பிரிவதும் கூட..

அழகான
காதல்
கதை
என்பது
சேர்வது
மட்டுமல்ல
கண்கள்
கலங்கியபடி
கைகுலுக்கி
பிரிவதும் கூட தான்..

91. உலுக்கிச் செல்கிறாள்

இதற்குமேலும்
காதலிக்க
முடியுமா
என்று நான்
பெருமைப்படும்
நேரமெல்லாம்
முடியும் என்று
என்னை
உலுக்கிச்
செல்கிறாள்...

92. புத்துணர்ச்சி

• 92 •

ஆகச்சிறந்த
புத்துணர்ச்சி
என்பது
அவளது
உரையாடல்களை
திரும்பப்
படிப்பது...

93. வலிமை

சில நேரங்களில்
விளக்கிச் சொல்வதைவிட
அமைதியாக
விலகுவது
தான்
வலிமை....

94. இவள்

என்னுடையவளா
இவள்
என்ற
கேள்விக்கும்
என்னுடையவள்
இவள்
என்ற
பெருமைக்கும்
நடுவில்
எப்போதும்
சிக்கித் தவிக்கிறேன்...

95. காதலுக்கு பழக்கம்

கண்ணை
மூடிக்கொண்டு
தேடுவதும்
கண்ணைத்
திறந்துகொண்டு
கனவு காண்பதும்
காதலுக்கு
பழக்கம்...
அப்படியே
பைத்தியத்திற்கும்...

ரசனை மட்டுமே!

ரசிப்பதுமட்டும்
தான் எனது வேலை
ருசித்து அனுபவிப்பது என்னவோ
தமிழும் பேனாவும் தான்!!

-- அன்புடன் கார்த்தி செளந்தர்